तिची सावली

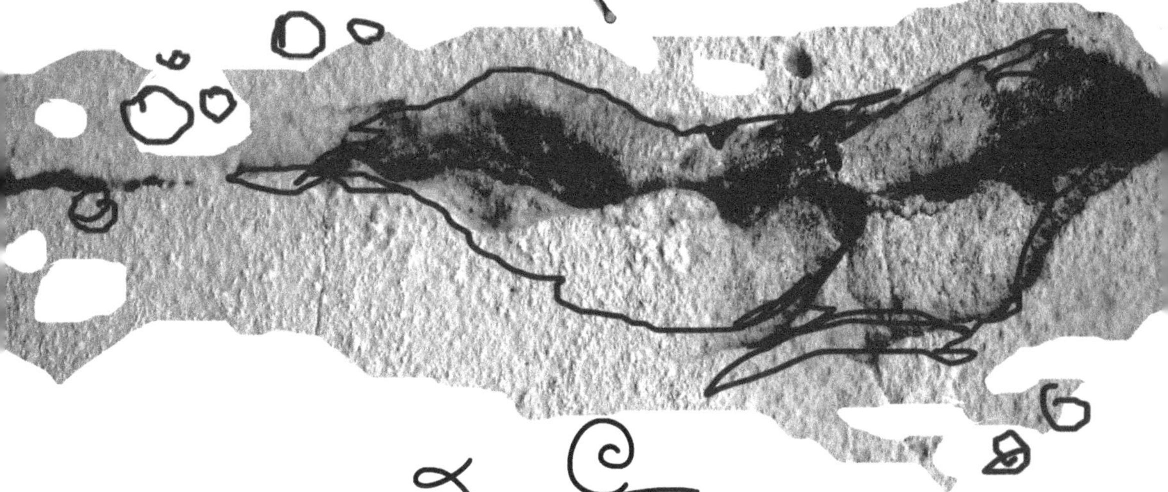

स्नेहदर्शन

मेहता पब्लिशिंग हाऊस

TICHI SAVLI by DARSHAN SHAH

तिची सावली । कविता संग्रह
दर्शन वि. शहा

शहा सदन, भिडे बाग, आंबेडकर लॉ कॉलेज जवळ,
देवपूर, धुळे

प्रकाशक
सुनील अनिल मेहता,
मेहता पब्लिशिंग हाऊस, १९४१, सदाशिव पेठ, माडीवाले कॉलनी, पुणे ३०.

मुखपृष्ठ मांडणी व रचना
सरदार जाधव

प्रकाशनकाल
फेब्रुवारी, २०१६

P Book ISBN : 9788184989939
E Book ISBN : 9788184989052

माझी आजी
स्नेहलता हुंबड,
माझे आई-वडील,
स्मिता शहा, प्रा. विलास शहा
आणि
माझा स्व. भाऊ
रोहन शहा

या सर्वांना अर्पण

ऋणनिर्देश

डॉ. राम पंडित
डॉ. इक्बाल शेख
प्रदीप निफाडकर
जनार्दन म्हात्रे
सौरभ देशमुख
विकास कपोले
दिवाकर चौकेकर
ओंकार संगोराम
संदीप लिमये
प्रवरा लिमये

प्रेम हे माझे तुझे

माझं पहिलं पुस्तक आज रसिकांच्या हाती देताना आनंद तर होतो आहेच; पण भीती पण तितकीच वाटते आहे. अगदी लहान मुलगा पहिले पाऊल जेव्हा टाकतो, तेव्हा दुसरे पाऊल पडण्याअगोदर त्याच्या मनात येणारी भीती... मी कविता लिहिता लिहिता कधी ग़ज़ल लिहायला लागलो ते कळलेच नाही. हो, पण मी लिहिले, जे वाटले ते आणि तसेच...

माझ्या ग़ज़लच्या प्रवासात अनेक लोकांचा हातभार आहे. पण विशेष उल्लेख करता येईल असे माझे वडील प्रा. विलास शहा आणि डॉ. शेख इक्बाल. व्याकरणाचे बाळकडू मला माझ्या वडलांकडूनच मिळाले होते. मी व माझे कुटुंब धुळ्यात स्थायिक होतो. धुळ्यात एकदा दिवाकर चौकेकर यांनी डॉ. इक्बाल शेख यांना बोलावले होते. ग़ज़ल कशी लिहावी, याची एक कार्यशाळाच इक्बाल सरांनी घेतली. त्यांच्या ग़ज़लच्या वटवृक्षाखाली माझे ग़ज़लचे रोपटे लावले गेले आणि माझा प्रवास सुरू झाला.

माझे वडील माझ्या कविता ऐकताना नेहमी सांगायचे की, कविता लयीत असली की, ती ऐकायला छान वाटते.

त्यांच्यामुळे का होईना, पण वृत्त हाताळणे कठीण वाटत असले तरी मी गज़लकडे वळलो, गीत लिहिण्याचा प्रयत्न केला. माझी गज़ल बहरत गेली. पहिल्यांदा जेव्हा अखिल भारतीय हिंदी, उर्दू, मराठी गज़ल संमेलनात माझी गज़ल मी सादर केली, तेव्हा अनेक दिग्गजांनी मला माझ्या एका शेरासाठी दाद दिली आणि त्यानंतर मी तो एकच शेर किती तरी दिवस स्वतःच स्वतःला ऐकवत बसलो. मी स्वप्न पाहत असे की, एक दिवस माझ्या गज़लचा प्रत्येक शेर, माझ्या कवितेचे प्रत्येक कडवे अशीच दाद घेऊन जाईल.

माझ्या गज़लेच्या आणि कवितांच्या बहरण्यात माझ्या मित्रांचासुद्धा मोठा वाटा आहे. माझा सगळ्यात जवळचा मित्र ललित राक्षे, सचिन चव्हाण यांच्या मराठमोळ्या आणि काव्यमय वातावरणात माझ्या गज़लेला वेळोवेळी नवी वाट, नवी चाल मिळत राहिली.

आज हे पुस्तक तुमच्या हाती देताना, माझ्या मनात एक वेगळीच धडधड जाणवते आहे.

प्रेम हे माझे तुझे जुळलेच नाही
खेळ दैवाचे कुणा कळलेच नाही

-स्नेहदर्शन

हा व्यथेचा ताल अन् सूर वेदनेचा...

प्रेयस अनुभूतींच्या विविध छटांचं सूत्रबद्ध शब्दांकन हाच गज़ल विद्येचा मूलभूत विषय होय. विभिन्न नातेसंबंधानं हे प्रेम साकारतं. वात्सल्य, ममता, सख्य, दास्य इ. इंद्रधनुष्यी रंगांतून माणूस प्रेयस अनुभव घेत असतो. तारुण्यदशेत ते बरचसं अल्लड व अतिसंवेदनशील असतं. त्यात परस्पर आकर्षण व सौंदर्यासक्तीचा अंश अधिक जाणवतो. परिपक्वतेनंतर ही भावना दार्शनिक व चिंतनात्मक रूप धारण करते.

सांगायचं कारण असं की, प्रस्तुत संग्रहाचा गज़लकार स्नेहदर्शन तरुण असूनही त्याच्या या संग्रहातील रचना त्याच्या समकालिनांहून अधिक परिपक्व व समंजस आहेत व त्यामुळेच त्या लक्षणीय ठरतात. या वयात साकारणाऱ्या रचनांत स्त्री-पुरुष प्रेमांतील दैहिक हव्यास, नखशिखान्त वर्णन प्रामुख्यानं आढळतं. स्नेहदर्शनच्या या गज़ल रचनांत या गोष्टींचा अंतर्भाव नाही, ही बाब स्तुत्य म्हणावी लागेल.

स्नेहदर्शनच्या गज़लांत विरह, स्मरण, व्याकुळता, आर्तता, वियोग, वेदना, व्यथा इ. भाव पूर्वसूरींप्रमाणेच येतात; पण त्यात कृत्रिमतेचा लवलेश जाणवत नाही. स्वानुभाव नसलेले पण अवलोकनातून रेखाटलेले भाव गज़लेत उतरविताना ते स्वानुभूतीचे वाटावेत हेच गज़लाकाराचे नैपुण्य होय.

स्नेहदर्शन कृतक शेर लिहीत नाही. आतून आलेले-
आपली
ओळख देणारे लिहितो. मी मला माझ्या जगी हरवून बघतो.
गज़ल ही आत्मचिंतनात्मक निवेदनच करीत असते.
त्यासाठी कवीनं असं आत्मविश्वात हरपूनच जायला हवं. तो म्हणतो...

दूर गगनी हिंडण्याला आसवांना पंख यावे
एकट्या पक्ष्याप्रमाणे दुःख माझेही उडावे

आपली प्रतिभा आकाशव्यापी होऊन हे 'स्व'चे दुःख विश्वव्यापक बनावे असे कवीला प्रतिकात्मक स्वरांत सांगतो.

सूर घ्यावा वेदनेने, अन् व्यथेने ताल द्यावा

या ओळीत व्यथा वेदनांना इतरांप्रमाणे दूषणं न देता सकारात्मकरीत्या स्नेहदर्शननं अंगीकारलं आहे ते असं...

दुःख दुःख काय? ते कशाला बोलता?
वेदना जगास मी हजार मागतो

या वेदना त्यास एवढ्या मिळाल्या की तो म्हणतो...

खूप आता चिंब झालो मी या व्यथांनी
पावसाने अंग हे भिजणार नाही

आता हे स्नेहदर्शनचे दुःख व्यक्तिगत न राहता, ते त्याच्यातील बळिराजाचे होते.

लाख झाल्या वेदना अन् लाख केल्या प्रार्थना
या बळीचे दुःख कोठे जाणतो हा पावसाळा

दुष्काळ कोरडा असो वा ओला असो- बळिराजाच्या वेदना व्यथांना अंत नसतोच. इथे पावसाला कवीने चैतन्य देऊन बळिराजाच्या दुःखाबाबत अनभिज्ञता त्यावर आरोपीत केली आहे. अर्थात 'सोसले ते बोललो' अशी स्पष्टोक्तीही तो देतो. सुखाचा शोध हा कवीलाच नव्हे तर साऱ्याच मानवजातीस आहे. प्रत्येकाची सुखाची व्याख्या वेगळी आहे. सुखी वाटणाऱ्यालाही सुख अपूर्णच भासते, अशी स्थिती आहे. स्नेहदर्शन प्रत्यक्ष सुखालाच प्रश्न करतो...

शोधतो चहुकडे मी सारखे तुला
सांगाना सुखा तुझी दिशा मनातली

हे सुख जेव्हा हुलकावणी देतं तेव्हा वैतागून कवी म्हणतो...

मी सुखाची वाट माझ्या जीवनी पाहू किती,
यातना दारातली नाकारणे आता नको.

आपापल्या परीने सारेच मन प्रदर्शित करतात. स्नेहदर्शनही जगाबाबत आपले मत या शेरात नोंदवितो.

कसले नियम जगाचे अन् काय भाग्य माझे
हरून जिंकतो अन् जिंकून हार होते.

या दुसऱ्या ओळीतील विरोधाभास ग़ज़लीयतचे एक अंग आहे. असाच एक चांगला शेर ऐका

यशाची नवी आज सुरुवात झाली.
जिथे पाय माझा, तिथे वाट झाली.

हा सकारात्मक शेर सुखावून जातो.
दैववादी वृत्तीवर टीका करताना स्नेहदर्शन म्हणतो...

काम नाही, कष्ट नाही. राहती ते आळसाने
हातच्या रेषेत स्वप्ने पाहतात लोक येथे

निष्क्रिय लोकांना दैववादी होताना आपण पाहतोच पण...

एकदा पाहून घे दुनियेस मित्रा,
चेहऱ्यावर चेहरे दिसतील तुजला

ही सक्रिय मंडळी काही प्रारब्धवादी नसते तर आपले ईप्सित साध्य करण्यासाठी मुखवटे धारण करीत असते.
स्वतःबद्दल स्नेहदर्शन म्हणतो.

जीवन माझे उघडे पुस्तक असतानाही,
काय कुणाला कळलो मित्रा जगी तुझ्या मी?

जगाला तू कळला नसशीलही; अडीअडचणीत तुला कोणी हात दिला नसेलही; पण स्नेहदर्शन तूच म्हणतोस ना...?

ना कुणी मदतीस आले संकटी माझ्या कधी,
पाहुनी मग दुःख माझे धावली माझी ग़ज़ल

ग़ज़लेच्या हाती हात दिलास ना? आता सोडू नकोस-

-डॉ. राम पंडीत
मुंबई

तिलाच स्मरुनी रोज निजावे असे वाटते
तिचे लाघवी स्वप्न पडावे असे वाटते

दुनियेमधले विष घेऊनी दुनिया बनलो,
लहानपण मी पुन्हा जगावे असे वाटते

सुख-दुःखांचा खेळ नेहमी सुरूच असतो
एकदातरी दुःख हरावे असे वाटते

विरंगुळा मी माझा असतो केव्हा केव्हा....
सोबत आता तिने बसावे असे वाटते

तिच्या कोवळ्या गालांवरती अश्रू दिसता,
दाही दिशांनी उदास व्हावे असे वाटते

खूप सोसले, फक्त दिलासा बाकी आहे
अजून माझा दिवस यायचा बाकी आहे

साकीला ही, नजर शोधते सायंकाळी
दु:ख प्यायला माझा पेला बाकी आहे

जगात माझ्या मीच वेगळा मला वाटतो
इथे न कोणी माणूस साधा बाकी आहे,

तुझ्या वेदना निघून गेल्या खूप दूरवर
घाव नवे अन्, खोटी आशा बाकी आहे

मनासारखे आता माझ्या जगेन मी पण,
माझ्यामध्ये मी ही थोडा बाकी आहे

प्राणांपेक्षा मुलास माझ्या जपले होते
क्षण सोनेरी आनंदाचे दिसले होते

पुस्तक पुस्तक, पुस्तक, पुस्तक, वाचन केवळ
वेड लागले मनास तेव्हा कसले होते!!!

ज्ञानाचे भांडार म्हणू, की काय म्हणू मी
माहित होते! सगळे काही कळले होते.

नेले जगण्याला या जेव्हा सरणावरती,
मृत्यूचेही थोडे अश्रू ढळले होते

आत्ता आत्ता बोलत होता, चालत होता,
क्षणात एका प्रेतही त्याचे जळले होते.

दिसतो आता माझा मुलगा मित्रांसोबत
तो गेल्यावर सगळे जेव्हा जमले होते

कधी न दिसला दुःखी मजला माझा मुलगा
परिस्थितीवर म्हणून मीही हसले होते

दूर गगनी हिंडण्याला आसवांना पंख यावे
एकट्या पक्ष्याप्रमाणे दुःख माझे ही उडावे

सूर घ्यावा वेदनेने, अन् व्यथेने ताल द्यावा
मैफलीमध्ये अशा तू गीत माझे ऐकवावे

शिरशिरी यावी हवेतुन घेउनी आभास काही
चांदण्या पाहून वाटे आठवांना आठवावे

दाटले आहेत काही नभ तिच्या-माझ्यात हळवे
प्रीत दोघांची फुलाया लाख अश्रू कोसळावे

शेवटी बुडलोच मीही पाहुनी लाखो किनारे
मी कुणाला दोष देऊ खेळ दैवाचे असावे

मी स्वतःला झुंजताना पाहिले होते
दैव माझे हारताना पाहिले होते

तडफडे मासा जसा हे मन तसे माझे
मरण तेव्हा मागताना पाहिले होते

आठवावे लागते आता मला मागे
मी कधी मज हासताना पाहिले होते

वाटली जेव्हा मला ही माणसे माझी,
रंग त्यांचे बदलताना पाहिले होते

मी कुठे होतो कुणाचा, ना कुणी माझे
मी मला कवटाळताना पाहिले होते

सदैव उघडे मज दुःखाचे दार नको
फक्त वेदना, आयुष्याचे सार नको

कोण खेळला कैसा येथे पाहत जा,
मला कुणाची जीत नको वा हार नको!

का विसरावी प्रीत माणसा मनातली
जगात कोणी इतकाही लाचार नको

मला झेलता यावे इतके पदरी दे,
मला पाहिजे तेही काही फार नको

माझा व्हावा मीच दिलासा कायमचा,
कोणाचाही खांदा वा आधार नको

गोड बोलता गळा कापता असे कसे?
यांच्यामधला कोणी माझा यार नको

जगात काही मागूनही पण मिळते केव्हा?
घडायचे ते घडून जाते; टळते केव्हा

अनेक जखमा काळजास या झाल्या होत्या
प्रेम म्हणू की दुःख म्हणू हे कळते केव्हा?

आपलेच जर नसेल कोणी निघून जाते
फिरून मागे वाटसरू हे वळते केव्हा?

मला वाटते सोबत त्याची प्रिया नसावी
गर्दीमध्ये एकाकीपण छळते केव्हा?

अन्यायाची सीमा आता गाठत होती
कारण नसता रक्त असे सळसळते केव्हा?

किती पेटला असेल आतून माणूस सांगा,
प्रेत कुणाचे पावसात ही जळते केव्हा?

तीच खिडकी तोच दरवाजा जुना
अन् तिच्या गल्लीतला रस्ता जुना
शोधतो आहे असा मी आरसा
दाखवी जो चेहरा माझा जुना
सवय होती पावलांना चालण्याची
थांबते सारे जिथे कट्टा जुना
गाव आता सोडुनी मी चाललो
मित्र जेथे राहतो माझा जुना
संपले मतदान येथे ज्या क्षणी
कालचा मुद्दा नवा झाला जुना
कालच्या वीराणशा बागेमधे
आजही येतो कसा भुंगा जुना
नेहमीची बरसणारी आसवे
पावसा झाला दगा आता जुना
बातमी माझी कशी कळली तिला
राहिला बदलायचा पत्ता जुना
मी फुलांचे प्रेत जेव्हा पाहिले
आठवाया लागला दंगा जुना
ढाळतो का श्याम अश्रू आजही?
आठवोनी पदर आईचा जुना

आजही माझ्याच पासुन दूर मी ही
तू जशी आहे तसा मजबूर मी ही

ओढ भेटीची तुला ही लागली तर
ये व्यथे ये तेवढा आतूर मीही

जेवढे जातो जवळ ती टाळते का?
वाटते आता राहावे दूर मीही

लागला होता तिला माझा लळा पण,
प्रेमही केले तसे भरपूर मीही

एवढे शिकलो यशस्वी डाव त्यांचे,
जाहलो बघ खेळताना क्रूर मीही

सांगणारे सांगती लाखो कहाण्या
नीट आता वाचतो मजकूर मीही

दुःख मी दुःखात हे मिसळून बघतो
हासुनी खोटे मला फसवून बघतो

आजही हळवाच मी, हे दुःख आहे
मी मलासुद्धा कधी दचकून बघतो

आरशाला छेडण्याचा खेळ आहे
चेहऱ्याला जर कुणी बदलून बघतो

यातना माझ्या जवळ येते खुशीने
मी तिला माझी सखी समजून बघतो

मज कुणी शोधू नये, बस! दूर ने तू
मी मला माझ्या जगी हरवून बघतो

तुला मी भेटणेही शक्य नाही
असे मी राहणेही शक्य नाही

मनातील स्वप्न माझे व्यर्थ आहे
तिला मी पाहणेही शक्य नाही

असा मी कायदा केला स्वतःशी
मला तो तोडणेही शक्य नाही

कुणी मज ओळखावे वाटते पण
मला, मी वाचणेही शक्य नाही

कुठे शोधू मला मी सापडेना
तिला मी मागणेही शक्य नाही

कसे आहे पहा हे विश्व माझे
जरासे हासणेही शक्य नाही

माझे दुखणे गज़लांमधुनी झरत राहते
अश्रू होऊन जीवन तेव्हा भिजत राहते

माणुस म्हणजे कधीच मजला कळला नाही
मनास माझ्या कोडे हल्ली छळत राहते

जखमांनाही किती वेदना होत असावी?
थोडे थोडे दुखणे त्यांचे कळत राहते

मला हवे ते कधीच कोणा कळले नाही
नको नको ते मला सारखे मिळत राहते

नकोस येऊ जवळी माझ्या, दूर रहा तू
तिची सावली दिवसा-राती दिसत राहते

एक हासरा पुन्हा जुगार मागतो
हाच मी तिच्याकडे करार मागतो

फक्त एवढा तिचा विचार मागतो
मी मनास प्रेम हा विकार मागतो

दुःख दुःख काय? ते कशास बोलता?
वेदना जगास मी हजार मागतो

आटली नदी म्हणून गाव कोरडे
आसवे तुला जरा उधार मागतो

आरशास मानती न लोक आजचे
मी मलाच आज आर-पार मागतो

एकदा मला बघुन शहारल्या व्यथा
वेदनेस आज तीच धार मागतो

माणूस नाव माझे माणूस जात आहे
बस माणसास जागा माझ्या घरात आहे

आहेत खास माझे, असले जरी कमी ते
माणूसकीच ज्यांच्या भिनली नसात आहे

झाल्यात काळजाला जखमा कशा अचानक?
आतंक पेरलेला तुमच्या मनात आहे

माझिया सोबत कुणी उरणार नाही
मन पुढे माझे कधी हसणार नाही

कोणता आहे ऋतू हा सांग माझा
वाटते माझी कळी फुलणार नाही

खूप आता चिंब झालो मी व्यथांनी
पावसाने अंग हे भिजणार नाही

शेवटी मग घेतली ही शपथ, आम्ही
तू मला अन मी तुला बघणार नाही

या जगी हरवून बसलो मी स्वतःला
मी कधी माझ्यातही असणार नाही

बरसण्याची आस खोटी लावतो हा पावसाळा
माणसांचा जीव आता टांगतो हा पावसाळा

पीकही वाळून जाते काहिलीने या उन्हाच्या
नेहमी डोळ्यात पाणी आणतो हा पावसाळा

हे बळी जाती बिचारे लोक सारे पावसाने
का नको त्या त्या ठिकाणी नांदतो हा पावसाळा

लाख झाल्या वेदना अन् लाख केल्या प्रार्थनाही
पण बळीचे दुःख कोठे जाणतो हा पावसाळा

संपण्याची वेळ येते शेवटी जेव्हा ऋतूची
अमृताचे थेंब तेव्हा टाकतो हा पावसाळा

वेदना माझ्या तिला कळतील तेव्हा
लाघवी डोळे मला बघतील तेव्हा...

स्वप्न फिरते सारखे डोळ्यात माझ्या
हात हे हाती तिच्या असतील तेव्हा..?

वाटते जिंकून घ्यावे मी जगाला
पण तिच्याशी हात हे लढतील तेव्हा..?

ठेवुनी बघ हृदय तू हृदयात माझ्या
भावनेला स्पंदने कळतील तेव्हा..

अंतरास जाळते व्यथा मनातली
सांगतो कथा प्रिये तुला मनातली

पाहुनी कुणास रोज जीव धडधडे
ही कुणा कळेल का नशा मनातली?

शोधतो चहूकडे तुलाच सारखे
सांग ना सुखा तुझी दिशा मनातली

सागरासमान दुःख काळजात या
ही न पेलवे मला कळा मनातली

आणलीत माणसे जगात तू तुझ्या
तार मात्र तोडली मना-मनातली

येऊनी स्वप्नात माझ्या छानसे तू गीत गावे
वाटते माझ्या प्रियेने नेहमी मज गुणगुणावे

जीवनावर राज्य आहे यातना अन् वेदनांचे
तोडुनी हे पाश सगळे सांग मी कोठे पळावे?

दुश्मनी करतो जमाना, कोणता संबंध नसता
का बरे पण आपल्याने होऊनी शत्रू छळावे?

लोक का जळता कळेना पाहुनी प्रेमास अपुल्या
टाळुनी साऱ्या जगाला आज वाटे दूर जावे

बंध ना अपुला सुटावा वादळे येता व्यथेची
मी तुला आधार द्यावा अन् मला तू सावरावे

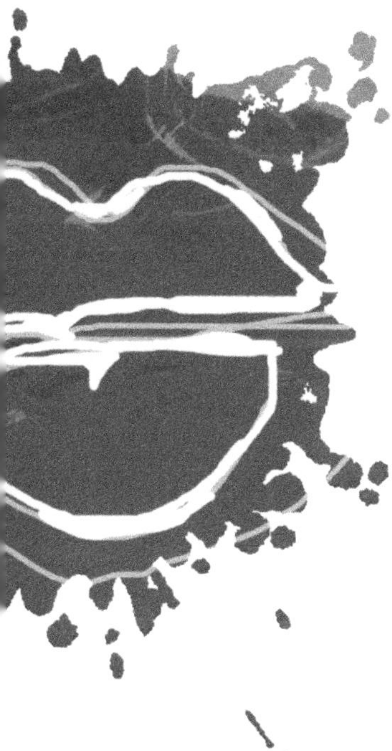

आठवे मला तिचे लाजणे पुन्हा पुन्हा
वेचुनी फुलांस ते माळणे पुन्हा पुन्हा

रोज हेच व्हायचे पाहता क्षणी तिला
बोलणे कसेबसे हासणे पुन्हा पुन्हा

रोखली किती जरी याद रोज यायची
अन् असेच रोज मी जागणे पुन्हा पुन्हा

या जगात सारखा त्रास सोसला किती?
आसवे अशीच मग ढाळणे पुन्हा पुन्हा

खेळते जिथे तिथे सावली तिची पहा
का असे मला तिचे भासणे पुन्हा पुन्हा?

काळजाला जाळले अन् गायली माझी गज़ल
काल जेव्हा वेदनेने माळली माझी गज़ल

ना कुणी मदतीस आले संकटी माझ्या कधी
पाहुनी मग दुःख माझे, धावली माझी गज़ल

आरसे लाजून जाती पाहती जेव्हा तिला
मोगरा चाफेकळी की, सायली माझी गज़ल?

जोडला संबंध ऐसा मी तिचा माझ्यासवे
रूप मी आहे तिचे अन् सावली माझी गज़ल

सोसले ते बोललो, पण वाहवा झाली अशी
मैफली जिंकून साऱ्या गाजली माझी गज़ल

तू घाव घातले अन् जगणे कठीण झाले
डोळ्यात आसवांचे लपणे कठीण झाले

सारेच दोस्त माझे झाले फितूर जेव्हा
तेव्हा मलाच माझे जपणे कठीण झाले

केले मनास माझ्या आजन्म जायबंदी
बंदिस्त पाखराला उडणे कठीण झाले

स्वप्नातली कळी तू मी दोस्त यातनांचा
येथे तुझे नि माझे जुळणे कठीण झाले

विदूषक बनून आलो दुनियेत काय इथल्या
होताच खेळ चालू हसणे कठीण झाले

हरवून पार गेला आनंद जिंदगीचा
आता सुखा तुझ्याशी जमणे कठीण झाले

पार्थासमोर आली त्याचीच प्रिय व्यक्ती
शस्त्रे तयार होती लढणे कठीण झाले

रोज काटे वेचण्याची सवय झाली
भावनांना मारण्याची सवय झाली

मी किती समजाविले, पण व्यर्थ गेले
माणसांना भांडण्याची सवय झाली

एकदा बोलाविले होते तिने, पण
रोज तिजला भेटण्याची सवय झाली

लाख सांगावे खरे लोकांस येथे
खेळ खोटा पाहण्याची सवय झाली

मी कधी ना पाहिली रे हार माझी
नेहमी मज जिंकण्याची सवय झाली

प्रेम हे माझे तुझे जुळलेच नाही
खेळ दैवाचे कुणा कळलेच नाही

पाहिले रस्ते सुखाचे केवढे मी
पाय त्या वाटेवरी वळलेच नाही

झेलले छातीवरी मी वार सारे
वार पाठीवर कधी टळलेच नाही

मी कसे लपवून ठेवू दुःख माझे
हुंदक्यांना मी कधी गिळलेच नाही

मी तुझ्या प्रेमात या भिजलो असा की
प्रेतही माझे कधी जळलेच नाही

तोडल्या त्यांनी कळ्या साऱ्या सुगंधी
मग फुलांचे गंध दरवळलेच नाही

मनाला तुझ्या सावरावे जरा तू
पुन्हा यातनांशी लढावे जरा तू

मजा वेदनेची निराळीच मित्रा
उरी वेदनेला धरावे जरा तू

तुझे मित्र व्हावे तुझ्या दुश्मनांनी
जगावेगळे हे जगावे जरा तू

नको आसवांना असे रोज ढाळू
रडावे जगाने छळावे जरा तू

भरारी पुन्हा उंच घ्यावीस गगनी
खरा कोण त्यांना दिसावे जरा तू

आनंदाची गातो गाणी हसता हसता
सांगत असतो प्रेमकहाणी हसता हसता

मनास माझ्या जरी टोचले शब्द कुणाचे
मधूर बनते माझी वाणी हसता हसता

खरा मित्र मी हाच मानला होता माझा
दुश्मनास जो देतो पाणी हसता हसता

जरी जिंकला तरी हारतो राजा सारे
निघून जाते ज्याची राणी हसता हसता

कुणा कळेना कसे सोसले काल दुःख मी
आज वाचती लोक कहाणी हसता हसता

जीवना तुझिया बरोबर चालताना
हार नाही मानली मी हारताना

कोणत्या वस्तीत मी आलो उगाचच
चेहरा माझा विसरलो, पाहताना

जाळतो इतिहास माझा रोज हल्ली
रोज का दिसते मला ती हासताना

सांग ना विश्वास म्हणजे काय असते?
का नदी बघते मुलांना वाहताना?

वेदनेशी भेट होती नेहमीची
पाहिले बस्स हास्य माझे चाळताना

जीवनाशी भेटण्याचे राहिले
बंध अमुचे बांधण्याचे राहिले

पावसाळे यायचे अन् जायचे
गीत माझे पेरण्याचे राहिले

ती व्यथांना माझिया सोसायची
दुःख माझे पाहण्याचे राहिले

हरवलो तुमच्यामध्ये मी एवढा
मी स्वतःला शोधण्याचे राहिले

मी सदा हसणार होतो जीवनी
आसवांचे थांबण्याचे राहिले

आपली मराठी

गीत गज़लच्या पावसात मी पेरली मराठी
अन् मायेच्या शब्दांसोबत वाढली मराठी

काळ हरवला, गीत हरवले, शब्द हरवलेले
इंग्रजीत हे विश्व रंगले सर्व बदललेले

घरात येऊन परभाषेने चोरली मराठी
आता बघतो शाळांची या स्कूल होत आहे

मराठमोळा मुलगा इथला दूर नेत आहे
दप्तरात या आता कोठे राहिली मराठी?

परप्रांतांना अन्न दिले या दोन्ही हातांनी
धावून आली मदतीला जी तुमच्या हाकांनी

लोक आज ते बोलतात की कोठली मराठी???
रद्दीमध्ये बालभारती रोज शोधताना

दिसते मजला माय मराठी मनात रडताना
अश्रू होऊन वाहून जाते आपली मराठी

रोजचे घायाळ प्राणी पाहतो लाचार मी
रोज होती कत्तली अन् रोज होतो ठार मी

वागलो म्हणशील तैसे, बोललो म्हणशील ते
ऐकले सारे तुझ्या मर्जीप्रमाणे फार मी

घाव बोलू लागले शब्दांतुनी माझ्या व्यथा
खूपदा ठोठावले जेव्हा मनाचे दार मी

मीच माझा भांडतो अन् बोलतो माझे मला
हा असा मज लागलेला कोणता आजार मी

गीत तुझे झंकारत आहे मनासारखे
असे वाटते ऐकत जावे तुला सारखे

तबला, पेटी, वीणा अन हे दुःख मनाचे,
जीवन माझे उरले आता गीतासारखे

मोठे झाल्यावरती दुनिया नको वाटते
पुन्हा धरावे आईने मज मुलासारखे

काट्यांची चादर अन् जहरी पायवाट ही,
जितके जगलो तितके जगलो फुलासारखे

सूर्य, चंद्र अन् तारे, पणत्या दिवे पाहिले,
काजवेच मदतीला आले मला सारखे

हयातीत मी होतो तेव्हा कळले नाही
वागत होते कोण कसे अन् कुणासारखे

ज्यांच्या मदतीसाठी कायम धावत गेलो
मागत होते, मी हरण्याची दुवा सारखे

धुमसतात बघ आज निखारे रक्तामध्ये
घालत असती सखे सोबती हवा सारखे

डाव मी सारेच येथे जिंकले
हारणे पण मी इथे शिकतो जरा

कोणता वर्षाव हा करतेस तू
बोलक्या अश्रूंमध्ये भिजतो जरा

दुश्मनावरही जरासे प्रेम कर
घाव जर त्याचा तुला छळतो जरा

लाखदा रेखाटले अन् खोडले
मी मला आता कुठे कळतो जरा

खेळतो दुःखासवे मी नेहमी
आसवांना माझिया छळतो जरा

गीत तिचे गाताना

दहा दिशांना मोद विहरतो गीत तिचे गाताना
अन अश्रूंचे घोट घोट मी गिळतो ती नसताना

सायंकाळी समीप जेव्हा एकाकीपण येते!
धावत येते सजणी माझी, मिठीत मजला घेते

तीच असावी माझ्या सोबत जगताना मरताना!!
इतकी येते तिची नशा की तिलाच जग मी करतो

स्वप्नांमध्ये जगतो आणिक स्वप्नांमध्ये मरतो
असे वाटते जाग न यावी कधीच तिज बघताना!!

आली होती परीसारखी, परीसारखी गेली
आसवांत या तेव्हा माझ्या दुनिया ही भिजलेली

मला पाहतो असेच आता कधीतरी हसताना!!

व्हायचा गज़लेसही आभास माझा
एवढा अंदाज होता खास माझा

मी कधी झुकलो न येथे संकटांना
पाहुनी घे तू जरा इतिहास माझा

नेहमी पाठीत माझ्या वार होतो
मारणाराही जवळचा खास माझा

रोज मजला भेटुनी जातोच मृत्यू
माझिया काबूत आहे श्वास माझा

शक्य नाही मी तिला विसरून जाणे
शक्य नाही सोसणे हा त्रास माझा

मी आता स्वप्नातही त्याच्या न उरलो
काल ज्याला मी भरवला घास माझा

दुनियेला मी दावत नाही घाव कधीही
आणत नाही खोटा खोटा आव कधीही

माणूस मिळतो स्वस्तामध्ये, महाग वस्तू
राजकारणी कोठे बघतो भाव कधीही

किती असावी खोल मनाची जखम, दिलेली
मला न घेता आला याचा ठाव कधीही

प्रेम, भावना, मदत, एकता, आपुलकी अन्,
मला न दिसले स्वप्नांमधले गाव कधीही

नावानंतर तिच्या कुणाचे नाव असू दे
ना विसरावे मनात माझे नाव कधीही

नियती जे जे खेळ म्हणाली खेळत गेलो
अर्ध्यावरुनी कुठे सोडला डाव कधीही

माझी किंमत कधीच त्यांना कळली नाही
लावत गेले हवे हवे ते भाव कधीही

प्रश्न आहे जगी मी कुणासारखा
हो जसाच्या तसा मी जगासारखा

वेदना, वंचना, यातना सोसल्या
मी सुखे शोधतो सारखा सारखा

काल मी पाहिली हाय दुनिया तुझी
ना कुणी राहिला माणसासारखा

पाहतो मी तुला शुभ्र चंद्रात या
काय त्याचा तुझा चेहरा सारखा

रोजचे मज पाहुनी हासून जाणे
अन् तुझ्या ओठात मी हरवून जाणे

मी तुला विसरून गेलो काल जेव्हा
आठवाया लागले विसरून जाणे

नेहमी हातात मी धरले सुखाला
नेहमी त्याचे तसे निसटून जाणे

वागणे माझे असे मी ठेवलेले
आत मी रडलो तरी हसवून जाणे

यापुढे न भेटणे हे सांगण्याला
रोजचे माझे तुझे भेटून जाणे

मरणे माझे निश्चित होते तव हृदयाच्या ठोक्यावर
आयुष्याला झुरवत बसलो तुझ्या नेमक्या धोक्यावर

क्षणाक्षणाला शोधत असतो कारण माझ्या असण्याचे
मी म्हणजे मी कोण असावा भार राहतो डोक्यावर

कधी संपली भीती सांगा जन्मानंतर मृत्यूची
माणूस कसरत करत राहतो आयुष्याच्या झोक्यावर

सत्याचे अन् न्यायाचे हे अतूट नाते असते का?
अन्यायाला न्याय मिळाला फक्त जराशा खोट्यावर

आठवांना आठवत मी जागणे आता नको
लाघवी फसव्या जगाचे चांदणे आता नको

मी तुझ्या प्रेमात वैरी कैकदा केले मला
एवढे माझे स्वतःशी भांडणे आता नको

तू कितीदा तोडला आहे भरवसा आमचा
ईश्वरा खोटे दिलासे मागणे आता नको

मी सुखाची वाट माझ्या जीवनी पाहू किती
यातना दारातली नाकारणे आता नको

केवढे धुत्कारले अन् टाळले त्यांनी मला
वाटते माझे मला कवटाळणे आता नको

तू व्यथा माळू नको
आसवे ढाळू नको

जाळ लाखो वेदना
भावना जाळू नको

हा अबोला सोड तू
बोलणे टाळू नको

दुःख माझे अन् तुझे
आज सांभाळू नको

नेमके ते सांग ना
शब्द तू गाळू नको

राहिले कोरेच त्या
जीवना चाळू नको

यशाची नवी आज सुरुवात झाली
जिथे पाय माझा तिथे वाट झाली

प्रियेची मला आठवे भेट आता
जुन्या जिंदगीची नवी रात झाली

मलाही कळेना कसा वाचलो मी
जणू अमृताचीच बरसात झाली

नको राग येथे असा सोबत्यांचा
तयांची जुनी टाकुनी कात झाली

कधी ना कळाले तिला भेटल्यावर
कधी सूर्य आला कधी रात झाली

दूर तेथे दूर माझ्या माणसांचे गाव आहे
आज जेथे भावनेला माणिकांचा भाव आहे

खेळले काही असे या कोवळ्याशा भावनांशी
आणि आता कोरलेला काळजावर घाव आहे

नेहमी काट्यास मित्रा दोष का देतो सारा
जो दिसे हृदयात माझ्या तो फुलांचा घाव आहे

मित्र काही खास होते काळजाच्या जवळ होते
खेळती माझ्या जिवाशी कोणता हा डाव आहे

ना कुणा कळतील ऐसी माणसे असतात कोडी
काल ज्याने खून केला तो जगाचा राव आहे

जगाचे उन्हाळे किती सोसले मी
ऋतूंना असे नित्य कवटाळले मी

मला रंग ते माणसांचे कळाले
जरी माणसाला इथे टाळले मी

किती भाव वेडा मनाचा म्हणावा
तिच्या बोलण्याला खरे मानले मी

नको त्या व्यथांना दिला मी निवारा
घराला सुखाच्या स्वतः जाळले मी

जशी सावली मज, तसे दुःख माझे
फुलांना व्यथेच्या नभी माळले मी

जसे जग म्हणाले तसे वागताना
पहा देव या पत्थरा पूजले मी

जगाचे निराळेच दस्तूर होते
मला भेटणारे किती क्रूर होते

जरी जिंकले ते इथे डाव त्यांचे
मला हारणे आज मंजूर होते

जरी भेट होते तरी भेट नाही
सुखाचे किनारे मला दूर होते

कसे मी लढावे कुणा सावरावे
कुठे राहिले सोबती शूर होते

कधी ना मिळाला मला संत येथे
जरी ते जगी काल भरपूर होते

मनी अपयशाचा जरी डाग आहे
मला आज जिणे तरी भाग आहे

कसा शांत राहू कशी हार मानू
यशाची मनी पेटते आग आहे

बघा झोपले शांत सारे सुखाने
कुठे झोपलो मी मला जाग आहे

इथे रोज रुततात पायात काटे
पहा ही फुलांची कशी बाग आहे

दुःख माझ्या काळजाचे जाण साकी
आज होऊ दे मला बेभान साकी

खूप मी समजावले दुःखास माझ्या
काळजाला टोचतो हा बाण साकी

हा असा अन् तो तसा सारे सुखी ते
आज मी सोडून सारे छान साकी

आज राहू दे मला धुंदीत येथे
पाहिजे थोडे सुखाचे दान साकी

रोज ते म्हणती मला मी क्रूर आहे
रोजचा झाला मला अपमान साकी

माझ्याच आसवांशी माझे करार होते
केलेत वार ज्यांनी माझेच यार होते

कैदेत माणसांच्या फसलो इथे कसा मी
केव्हाच स्वप्न माझे झाले फरार होते

हैराण या मनाला समजावले किती मी
पण खेळलेत त्याने फसवे जुगार होते

कसले नियम जगाचे अन् काय भाग्य माझे
हारून जिंकतो अन् जिंकून हार होते

विश्वास सोबत्यांचा केव्हाच संपलेला
आयुष्य फार होते जगणे भिकार होते

आज आयुष्यात थोडे यार पाहिजे
जे मनाचे चांगले दिलदार पाहिजे

रोज रक्ताची जरी आलीत आसवे
आसवांना ही सुऱ्याची धार पाहिजे

हारलो कित्येक वेळा डाव येथले
मी सुखाचे मांडले संसार पाहिजे

फेकुनी तलवार आता टाकुनी सुरे
शब्द माझे आजचे हत्यार पाहिजे

चाललो तुझ्यासवे जसा कधी न चाललो
सोबती असूनही तुला कधी न वाटलो

हासलो अनेकदा तुलाच आठवीत मी
भेटली जिथे खरी कुठे खराच हासलो

भासली जिथे तिथे नशेत मी असायचो
रोज पाहिले तुला नशेस रोज प्यायलो

पाहता कुणी तुला न मोह त्यास आवरे
तू मनात रंगली तुझ्यात रोज रंगलो

सावरू इथे कसे मनास तूच सांग ना
पाखरू फुलांवरी तसाच आज दंगलो

आयुष्य थांबलेले, तीही जिवंत नाही
आता पराभवाची काहीच खंत नाही

आताच लोक आले टोचून बाण गेले
मी घाव सोसणारा होणार संत नाही

ऐकू नको व्यथांची माझ्या प्रिये कहाणी
ज्या सोसल्या व्यथा मी कोणा पसंत नाही

विश्वास कोण आता ठेवेल रे कुणावर
माझ्या जगात कोणी उरला महंत नाही

आता पुन्हा ऋतूंचा हा खेळ दंगलेला
त्यांना पाहावयाला कोणा उसंत नाही

हाय झाली जिंदगी बकवास आता
मोजतो मी राहिलेले श्वास आता

रामही ना एकटा होता वनी त्या
एकटा मी सोसतो वनवास आता

बंद झाले दार ते माणूसकीचे
सोसती सारेच कारावास आता

जर कळ्यांचा जीव घेते रोपटे हे
काय मी ठेवू जगी विश्वास आता

आज हे काटे फुलांना बोचले होते
अन् फुलांनी वार सारे सोसले होते

मी कधीचा जाहलो होतो मुका येथे
शब्द माझे या जगाशी बोलले होते

वेदनेशी खेळलो मी जन्मतः माझ्या
संकटांशी आज नाते जोडले होते

मी पुढे जाणार होतो या जगाच्या पण
माणसाने पाय माझे ओढले होते

लोक हे सोडून गेले आज सारे
का असा उरलो इथे मी एकटा रे

कोरड्या झाल्या नद्या साऱ्या जगाच्या
राहिले डोळ्यांत पाणी वाहणारे

प्राक्तनी माझ्या असे का योग यावे
आपले होते मनाला टोचणारे

वागणे येथे तुझे कळले न केव्हा
का मला बघताच केली बंद दारे

जखमा मनास माझ्या करतात लोक हल्ली
गावात भावनेला विकतात लोक हल्ली

लपवून दुःख माझे जगतो कसाबसा मी
अन् आसवात खोट्या भिजतात लोक हल्ली

गातात गोडवे ते येतो समोर जेव्हा
होताच जीत माझी जळतात लोक हल्ली

सांगू नका कुणीही गाथा पराक्रमाची
येथे क्षणाक्षणाला कळतात लोक हल्ली

जाळून खाक करतो माणूस माणसाला
त्यांच्या मनाप्रमाणे जगतात लोक हल्ली

दोन पाने जिंदगीची चाळ सखये
तू दिलेले शब्द सारे पाळ सखये

ना कधी चुकले मला हे दुःख येथे
पण व्यथांना नेहमी तू टाळ सखये

तू नको लावूस हे आरोप खोटे
मी पुरे केला तुझा सांभाळ सखये

मी कधी ना मानले शत्रू कुणाला
मित्रही केला इथे मी काळ सखये

आसवांचे पाट आता वाहणे झाले जुने
सोबतीला दुःख घेऊन राहणे झाले जुने

आपल्यांचे वार झाले रोज माझ्यावर किती
घेऊनी जखमा हजारो चालणे झाले जुने

पाहुनी संसार इथला का रडू येते तुला
माणसांचे माणसाला मारणे झाले जुने

प्रेम काय ते जेव्हा मजला कळले होते
आयुष्याचे कोडे तेव्हा सुटले होते

रोज वेदना अन् या जखमा झाल्या होत्या
इतके मजला या लोकांनी छळले होते

भलेभले ही नमले तेव्हा समोर माझ्या
मृत्यूला पण कवेत घेणे जमले होते

काही बघती स्वार्थ आपुला गोड बोलुनी
सीमेवरती जवान काही लढले होते

यार तुजला आपुले म्हणणार नाही
काय होतो मी तुला कळणार नाही

शब्द खोटे, प्रेम खोटे का दिले तू
एकदा फसलो पुन्हा फसणार नाही

आज रक्ताचेच नाते मानतो मी
बंध खोटे बांधणे जमणार नाही

आपल्या केल्या तयांच्या वेदना मी
ते म्हणे मज आपुले करणार नाही

वागणे तुमचे असे आहे जुने पण
शब्द देतो मी कधी झुकणार नाही

पेटला हा सूर्य माझ्या अंतरी अन्
काळजाची आग या शमणार नाही

प्रेम मी जेव्हा दिले मजला रडावे लागले
जिंकण्या साऱ्या जगाला क्रूर व्हावे लागले

निर्दयी झाली अचानक माणसे जेव्हा इथे
पत्थरांचे ही मला आधार घ्यावे लागले

कसे सावरावे तुला पाहुनी मी
कसे दूर जावे तुला पाहुनी मी

किती शब्द माझे तुझे गीत झाले
जगी ऐकवावे तुला पाहुनी मी

कधी तू परी, तर कधी रूपगंधा
कुणा आठवावे तुला पाहुनी मी

तुझा मोह झाला मला जीवघेणा
कसे श्वास घ्यावे तुला पाहुनी मी

स्वतःचे मला राहिले भान कोठे
असूनी नसावे तुला पाहुनी मी

तुझे रूप बघता मला आज वाटे
ग़ज़ल तुज म्हणावे तुला पाहुनी मी

जाळयामधुनी मी दुःखाच्या सुटलो नव्हतो
आनंदाने कधीच येथे हसलो नव्हतो

पणतीमधली वात तसा मी जळत राहिलो
वादळ आले रोज तरीपण विझलो नव्हतो

मनी प्रेम अन् मला काळजी होती ज्यांची
कसे नेमके कधीच त्यांना कळलो नव्हतो

कसे जगावे तुझ्याविना मी तूच सांग ना
तू नसताना श्वासांनाही पटलो नव्हतो

अंधश्रद्धा का म्हणोनी पाळतात लोक येथे
का मुक्या प्राण्यास हल्ली कापतात लोक येथे

काय ही भक्ती अशी अन् कोणती परंपरा ही
का मुलीला पोटच्यापण मारतात लोक येथे

काम नाही, कष्ट नाही राहती ते आळसाने
हातच्या रेषेत स्वप्ने पाहतात लोक येथे

काय साधू सांगतो ते सर्व काही ऐकणारे
आज विज्ञानास कोठे मानतात लोक येथे

वाढल्या आता व्यथा अन् स्वप्न भंगत चालले
शेवटी दुनियेत माझ्या प्रेम आटत चालले

राहिला नाहीच काबू या मनावर शेवटी
अन् विचारांनी कुठे ते दूर भटकत चालले

बैसलो होतो लयीला शोधण्या मी एकटा
शब्द जखमी जाहले अन् सूर हरवत चालले

लाल, हिरवे, गर्द पिवळे रंग थोडे टाकुनी
या मनाच्या भावनांचे चित्र रंगत चालले

गाठले नाही कधीही माणसाने मृगजळा
जे सुखी आयुष्य होते दूर सरकत चालले

खेळ त्यांचे जीवघेणे थांबले नाही कधी
एवढे मी सोसले की सोसले नाही कधी

एकटा मी संकटांशी झुंजलो होतो सखे
मी जगी आधार माझे शोधले नाही कधी

सोबती मी का म्हणावे सांग ना सखये तुला
तू मनाचे भाव माझ्या जाणले नाही कधी

गर्व पैशांचा तयांना एवढा झाला कसा
'प्रेम' असते धन कुणीही मानले नाही कधी

भंगली स्वप्ने तरीही जिद्द आहे ठेवली
मी स्वतःला हारताना पाहिले नाही कधी

शब्द माझा या जगाला सांगतो काहीतरी
अन् जमाना अर्थ त्याचा लावतो काहीतरी

रूप बदलत चालला सारा जमाना का असा
आत काही राहतो अन् वागतो काहीतरी

का अशी लपवून प्रीती चालली तू सांग ना
मी तुझ्या हृदयातले गे जाणतो काहीतरी

का असा धुंदीत असतो रोज मी सखये तुझ्या
पाहिजे मज वेगळे, मी मागतो काहीतरी

पैसा येता अवती भवती जमते दुनिया
आनंदाची फुलाफुलांची दिसते दुनिया

उघड्या डोळ्यांनी न कळली कधी तुम्हाला
पैसा जाता काय नेमकी कळते दुनिया

गरीब जनता तुडवत जे जे लोक चालले
मनात त्यांच्या किती वेगळी असते दुनिया

कधी न येतो कोणी धावत मदतीसाठी
हाक दिल्यावर दूर दूर ही पळते दुनिया

संधी कोणी सोडत नाही हाती येता
दिसता दुबळा कुणी एकटा छळते दुनिया

बालपणीचा पाहत होतो फोटो माझा
प्रत्येकाच्या नयनी छोटी बसते दुनिया

जगी पेटणारा निखारा बनावे
कधी मी कुणाचा सहारा बनावे

इथे आसवांचे जरी पूर आले
तिथे मीच माझा किनारा बनावे

अशी भेट व्हावी जगी प्रेमिकांची
तिला स्पर्शण्या गार वारा बनावे

पहावे तुला मी दिवाण्यापरी अन्
जगाने तुझा गोषवारा बनावे

बोल माझे कालचे कळतील तुजला
आपलेसे शेवटी करतील तुजला

सारखे रडशील मजला आठवोनी
भासही मग नेहमी छळतील तुजला

एकदा पाहून घे दुनियेस मित्रा
चेहऱ्यांवर चेहरे दिसतील तुजला

घे जरासे दुःख माझ्या काळजाचे
सोसुनी जे शब्द ही सुचतील तुजला

मी तुला नेले पुढे साऱ्या जगाच्या
सोडता मज लोकही हसतील तुजला

पुन्हा पुन्हा का फसलो मित्रा जगी तुझ्या मी
जणू येवुनी चुकलो मित्रा जगी तुझ्या मी

जगास साऱ्या पुढे आणण्या झटलो होतो
पुन्हा एकदा हरलो मित्रा, जगी तुझ्या मी

मित्र पाहिले, प्रेम पाहिले, दुःख पाहिले
कसाबसा हा जगलो मित्रा जगी तुझ्या मी

जीवन माझे उघडे पुस्तक असताना ही
काय कुणाला कळलो मित्रा जगी तुझ्या मी

आस दावुनी निघून जाता पाऊस इथला
अश्रूंमध्ये भिजलो मित्रा जगी तुझ्या मी

काल ओठांवर तुझे जे गीत होते
गुणगुणाया मन जरासे भीत होते

मी जरी कंटाळलो होतो जगाला
सावराया तोल हे संगीत होते

हा मला आहेर दिधला आपल्यांनी
यातना अन् वेदना भेटीत होते

व्यर्थ झाले बोलणे 'स्नेहा' तुझे हे
मन तयांचे वेगळ्या धुंदीत होते

आयुष्याच्या कथा व्यथा मी सांगत गेलो
आनंदाच्या क्षणक्षणांना वाटत गेलो

घेत राहिलो उठता बसता नाव तुझे मी
तुझ्याचसाठी आयुष्याला जाळत गेलो

किती ठरवले जरा आतले बोलू काही
तुला पाहुनी शब्द नेमके टाळत गेलो

मला टाळले ज्या लोकांनी तरी कसा मी
फुलून येण्या जीवन त्यांचे राबत गेलो

कठीण झाले जगणे तेव्हा मिळून गेले सखेसोबती
आयुष्याला सुंदर सुंदर करून गेले सखेसोबती

कुणी पाहिले एकसारखे रूपरंग हे आयुष्याचे
कधी कधी मज दुःख देऊनी छळून गेले सखेसोबती

दिसू लागले एकाकीपण आता काही उमगत नाही
कुठून आली वेळ अशी की निघून गेले सखेसोबती

लपाछपीचा डाव नको रे खेळ खेळुनी थकलो सारे
बघता बघता डोळ्यांदेखत लपून गेले सखेसोबती

उधळत गेलो प्रेम सारखे श्वास श्वास मी दिधला त्यांना
या 'स्नेहाच्या' वर्षावाने भिजून गेले सखे सोबती

वेदनेला पाळले मी
दुःख माझे माळले मी

हासुनी मी सोसले अन्
आसवांना टाळले मी

आवडे मज वेदना ही
भाव सारे जाळले मी

का कधी कळतात व्यक्ती
दुश्मना ओवाळले मी

काल ज्याने घाव केले
त्यास पण कवटाळले मी

आसवे छळतात आता
सारखी झरतात आता

चाललो सरणावरी मी
अन् सुखे मिळतात आता

दाखवाया हास्य कोणी
हुंदके गिळतात आता

सोडुनी मज एकट्याला
मित्र ही पळतात आता

जीव माझा एवढासा
माणसे दळतात आता

येऊनी माझ्या समोरी हास थोडे
दे जरासे आज सखये भास थोडे

एकटे मज टाकले या माणसांनी
सोसतो मी रोज त्यांचे त्रास थोडे

सोडुनी तू सांग मी बोलू कुणाशी
बोल या जखमी मनाशी खास थोडे

चालली हातातली निसटून वाळू
ये जवळ तू राहिले हे श्वास थोडे

मी व्यथांनी या कधी मरणार नाही
पाहिजे मजला फुलांचे फास थोडे

गेले सारे दिवस चांगले तिचे नि माझे आनंदाचे
थोडे हसरे, थोडे रडके कधी व्यथांचे सुख-दुःखाचे

भेट प्रियेची आणिक माझी गुपचूप गुपचूप रोज व्हायची
बोलत बोलत दूर दूर मन कुठे कळेना गुंतायाचे

जसे उन्हाळे सोसल्यावरी मजला दिसली हिरवळ हिरवळ
मन वेड्यागत व्यथा सोसुनी प्रियेस त्याच्या शोधायाचे

वेदनेसवे आनंदाने असे कसे हे दिवस चालले
कुणा न सुटले अवघड आहे कोडे माझ्या आयुष्याचे

विचार केला होता आम्ही घर स्वप्नीचे असे असावे
बघता अंगण जिकडे तिकडे सडे असावे प्राजक्ताचे

भाषा होती नयनांची अन् शब्द यायचे ह्रदयामधुनी
नजरेने मग कळायचे की काय तिला मज सांगायाचे

याद आता है मुझे वो वक्त बचपन का जरा
आज ही दिसतो मला बघ चेहरा तो हासरा

पंख मेरे काटकर क्यों छीन ली सारी खुशी
सांग ना सोसू कसे मी या व्यथेला पाखरा

जा रहाँ हूँ ढुंडने मैं हर गली भगवान को
ठिक ठिकाणी थांबुनी ओवाळतो मी पत्थरा

चेहरे अपने छुपाकर लोग घुमते हैं यहाँ
मी कसे रे ओळखावे कोणता आहे खरा

जिंदगी शतरंज जैसी चाल चलते हैं सभी
राहतो प्रत्येक दिवशी वेगळा मी मोहरा

वेदनेचा सूर आहे
अन् गळा मजबूर आहे

भेटण्या प्रेमास माझ्या
आज मी आतूर आहे

हा नसे पाऊस वेड्या
आसवांचा पूर आहे

अर्थ कोणी जाळले की,
अक्षरांचा धूर आहे

ना कधी कळले मनाचे
कोणते काहूर आहे

सोबतीला संगतीला
दुःखही भरपूर आहे

हृदयातुनी झरावे तू तेच गीत गावे
रंगून मग व्यथांनी या मैफलीत यावे

घे तू कुशीत आता माझ्याच वेदनेला
हृदयात माणसांनी बघ बाण टोचलेला

तू उंच फार जावे सूर्यासही छळावे
आगीत काळजाच्या आकाश पेटवावे

आता सुवास येथे येतो तरी कुणाचा
हलकाच गंध यावा रानातल्या फुलांचा

तू दुःख रंगवावे अन् छान फूल व्हावे
फसवून यातनांना सर्वांस हासवावे

तू एकटे लढावे तू एकदा जगावे
आपल्याच वंचनेला हरवून तू बघावे

जगाच्या वेगळा जेव्हा घडाया लागलो होतो
उरी ठेवून मी काटे फुलाया लागलो होतो

व्यथेचा पूर आला अन् सुखाला घेउनी गेला
जगी मी नेमका जेव्हा हसाया लागलो होतो

अशा गावात दुःखाच्या पुन्हा ती भेटली जेव्हा
जुनी ती जिंदगी माझी जगाया लागलो होतो

अचानक तावही गेला अचानक संपली शाई
जगाला कोण मी जेव्हा कळाया लागलो होतो

सुरू झाली जुनी ती वेदना हृदयात घावाची
पुन्हा मग रंगली चर्चा तुझ्या माझ्याच नावाची

तुझे बस नाव होण्याला मी पुन्हा हारलो मित्रा
तशी तर कल्पना होती तुझ्या प्रत्येक डावाची

म्हणे खूप धावते होते तिच्या शहरातले रस्ते
मला तर पायवाटेची सवय माझ्याच गावाची

तशी तर रोजची असते इथे दरवाढ ठरलेली
जरी ही कापणी होते बळीच्या रोज भावाची

उभे आयुष्य मी एका दिव्यावर काढले होते
जशी आली तशी गेली दिवाळी फक्त नावाची

www.ingramcontent.com/pod-product-compliance
Ingram Content Group UK Ltd.
Pitfield, Milton Keynes, MK11 3LW, UK
UKHW062006041026
15591UKWH00017B/1204

9 788184 989939